BESTA heimagerða GUMMY NAMMI MAÐKABÓKIN

100 litríkar, skemmtilegar og ofurbragðgóðar uppskriftir til að gera auðveldlega heima

Ragnar Árnadóttir

© HÖFUNDARRETtur 2022. ALLUR RÉTTUR ÁKAFURÐUR

Þetta skjal er ætlað að veita nákvæmar og áreiðanlegar upplýsingar um það efni og málefni sem fjallað er um. Ritið er selt með það fyrir augum að útgefanda sé ekki skylt að veita bókhald, opinbera leyfða eða á annan hátt hæfa þjónustu. Ef ráðgjöf er nauðsynleg, lögfræðileg eða fagleg, ætti að panta starfandi einstakling í faginu.

Það er á engan hátt löglegt að afrita, afrita eða senda nokkurn hluta þessa skjals hvorki á rafrænan hátt né á prentuðu formi. Upptaka þessarar útgáfu er stranglega bönnuð og öll geymsla á þessu skjali er ekki leyfð nema með skriflegu leyfi frá útgefanda. Allur réttur áskilinn.

Viðvörun Fyrirvari, upplýsingarnar í þessari bók eru sannar og fullkomnar eftir því sem við best vitum. Öll meðmæli eru sett fram án ábyrgðar af hálfu höfundar eða söguútgáfu. Höfundur og útgefandi afsala sér og bera ábyrgð í tengslum við notkun þessara upplýsinga

Efnisyfirlit

INNGANGUR 9

NAMMIUPSKRIFT 10

  1. Bananakexkúlur 10

  2. Kexkúla án baksturs 12

  3. Hrá sælgæti með döðlum 13

  4. Vegan sælgæti með döðlum og kasjúhnetum . 15

  5. Súkkulaðikúlur með kex 17

  6. Heimabakað sælgæti með kex 19

  7. Hollt sælgæti með döðlum og valhnetum 20

  8. Heimabakað Ferrero sælgæti 22

  9. Kökukúlur með kókoshnetu 24

  10. Súkkulaðikonfekt með döðlum 26

  11. Próteinkúlur með hnetusmjöri 27

  12. Hrátt nammi með banana og döðlum 28

  13. Magrar sprengjur með döðlum og valhnetum
.... 30

  14. Kexkonfekt með þéttri mjólk 32

  15. Hrátt nammi með döðlum og appelsínu 34

  16. Kex sælgæti 35

  17. Kexkúlur 36

18. Kjúklingakex 38

19. Keto trufflur með avókadó og súkkulaði 40

20. Kúlur með döðlum og bláberjum 42

BARNANAMMI 43

21. Nutella kex nammi 43

22. Heimabakað hlaupkonfekt fyrir börn 45

23. Smákökur með súkkulaði, valhnetum og kókos
.... 47

24. Létt hlaupkonfekt úr compote 49

25. Súkkulaðikúlur með gulrótum 51

26. Hlaupkonfekt úr þrúgusafa 53

27. Kexkúlur með mjólk og súkkulaði 55

28. Hunangs- og sesamkonfekt 57

29. Heimabakaðar súkkulaðisleikjur 58

30. Súkkulaðikirsuber 60

31. Jelly Strawberry Muffins 62

32. Graskerkonfekt 65

33. Kexdropar og sleikjóar 67

34. Kexkúlur með kanil 69

35. Súkkulaðikúlur með kotasælu og valhnetum 71

36. Jarðarberjahlaup nammi 73

37. Bananakonfekt með súkkulaði 75

38. Rússneskt kotasæluefni 76

39. Gagnlegar kókossprengjur 78

40. Nammi 80

HEILBRIGÐ nammi 81

41. Hollt súkkulaði 81

42. Súkkulaðimöndluveisla 83

43. Heimabakað hollt sælgæti með kastaníuhnetum 85

44. Hollt sælgæti með döðlum og valhnetum 87

45. Kakópróteinkúlur 89

46. Kókospróteinkúlur 90

47. Einfaldir próteindropar 91

48. Nammiorka 93

49. Próteinkonfekt með döðlum 95

50. Prótein sælgæti með kotasælu og þurrkaðri kókoshnetu 97

51. Möndlukonfekt marr 99

52. Hvítt súkkulaði og möndlu sælgæti 100

53. Súkkulaði með fyllingu 102

54. Súkkulaðikonfekt með döðlum 104

55. Graskerkonfekthænur 105

56. Súkkulaði með möndlubragði 107

57. Hráhnetukonfekt með kotasælu 109

58. Heimabakað sælgæti með þremur hráefnum
.... 111

59. Ljúffengt sykurlaust sælgæti 113

60. Hráar döðlur og banana sælgæti 115

Prótein sælgæti .... Error! Bookmark not defined.

61. Kakópróteinkúlur 117

62. Kókospróteinkúlur 118

63. Möndlupróteinkúlur 119

64. Kókospróteinkúlur 120

65. Einfaldir próteindropar 121

66. Auðvelt prótein sælgæti 123

67. Próteinkonfekt með döðlum 125

68. Prótein sælgæti með haframjöli 127

69. Heimabakað próteinkonfekt með hnetum .. 129

70. Kókos og banana prótein sælgæti 131

HÁNAMMI 133

71. Hrátt sælgæti fyrir sykursjúka 133

72. Hrátt sælgæti með banana og döðlum 135

73. Hrátt sælgæti með bönönum og döðlum 137
74. Hrá ávaxtakonfekt 138
75. Hráar sætar kúlur með kókosolíu og hnetum
.... 140
76. Hráhnetukonfekt með kotasælu 142
77. Hátíðlegar hráar vegan trufflur 143
78. Hráar döðlur og banana sælgæti 145
79. Hráorku nammi með tahini 146
80. Hrátt sælgæti með döðlum og sesam tahini
.... 148
81. Heimabakað döðlusælgæti og hráar hnetur
.... 150
82. Hrásúkkulaði með kókossmjöri 152
83. Hrátt sælgæti með þurrkuðum perum og kanil
.... 154
84. Hrá gulrótarkonfekt 155
85. Hrátt vegan sælgæti með hörfræjum 156
86. Hráar súkkulaðikúlur með hnetum og döðlum
.... 158
87. Hrá kakókonfekt 159
88. Hrásúkkulaði 161
89. Hrátt vegan sælgæti 163

90. Hrátt vegan sælgæti með goji berjum 165

91. Hrátt súkkulaði með kókos og sesamfræjum 167

Nammi ÁN SYKRS 169

92. Vegan sælgæti með döðlum og graut 169

93. Heimabakað hollt sælgæti með kastaníuhnetum 171

94. Súkkulaðimöndluveisla 173

95. Hrátt sælgæti fyrir sykursjúka 175

96. Súkkulaði kókosbollur 177

97. Súkkulaðikonfekt með hnetum 179

98. Súkkulaðitruffla með rommbragði 181

99. Appelsínukonfekt með kókoshnetu 183

100. Súkkulaði kleinur með probiotic perlum ... 184

NIÐURSTAÐA 186

KYNNING

Hver segir að þú þurfir að bíða fram yfir hátíðirnar með að búa til eða borða uppáhalds nammið þitt? Ég er ekki viss með þig, en það virðist vera langur tími til að bíða eftir einhverju sem þú hlakkar til. Svo, hvers vegna að bíða? Hverjum er ekki sama? Gerðu nammiuppskriftir hvenær sem þú vilt.

Annar góður tími til að búa til nammi er í kringum Valentínusardaginn. Frekar en að fara út og kaupa súkkulaðikassa. Búðu til nokkrar súkkulaðihúðaðar hnetusmjörskúlur og notaðu hvítar pappírsdúkur og rauð hjörtu til að skreyta venjulegt brúnt eða hvítt box. Síðan, til að klára, bindið það með raffia eða rauðu borði. Það er miklu sérstakt og þýðingarmeira fyrir mig en að fara út og kaupa kassa, því þeir bjuggu til hann sjálfir. Dásamleg gjöf að fá frá ástvini!!!

Þú getur búið til fríminningar með börnunum þínum hvenær sem þú vilt. Ef þú átt sérstakan tíma sem þú vilt eyða með þeim yfir hátíðirnar, vertu viss um að halda þeirri hefð áfram. Það verður alltaf sérstakur tími fyrir ykkur tvö að muna!

NAMMI UPPSKRIFT

1. Bananakexkúlur

Nauðsynlegar vörur

- kex - 600 g
- bananar - 4 stk.
- púðursykur - 100 g
- súkkulaðistangir
- kókosspænir
- hvítt súkkulaði - valfrjálst

Undirbúningur

1. Bananarnir eru maukaðir vel. Kexið (ég nota persónulega tvo pakka af vanillu og tvo pakka

af kakó) er malað vel í blandara og bætt út í maukaða bananana. Einnig er duftformi bætt við. Blandið blöndunni vel saman og hnoðið (eins og deig).
2. Mótið kúlur á stærð við valhnetu og rúllið í litaðar stangir, súkkulaðistykki, mulið hvítt súkkulaði, hnetukrókettur, kókos - að eigin vali.
3. Þær verða mjög áhrifamiklar ef þær eru skreyttar með sykurhjörtum. Deigið er klístrað og festist vel.
4. Formuðu kúlurnar eru látnar standa í kæliskápnum til að stífna.

2. Kexkúla án baksturs

Nauðsynlegar vörur

- Smákökur-te 300g
- Kakó-2 msk.
- Hunang - 1 msk.
- Sykur - 2 msk.
- Vatn - 1/2 tsk.
- Hnetur - 1 tsk. Möltuð

Undirbúningsaðferð

1. Bætið sykri, kakói og hunangi út í vatnið, bætið vel söxuðum kexum saman við og blandið vel saman.
2. Mótaðu deigið í litlar sælgæti og rúllaðu með möluðum valhnetum eða, ef þarf, þurrkaðri kókos.

3. Kælið í 1-2 klst.

3. Hrátt nammi með döðlum

Nauðsynlegar vörur

- Valhnetur - 100 g
- Heslihnetur - 50 g
- Döðlur - handfylli (um 15 einingar)
- Hunang - 2 msk.
- Kókos - til að rúlla
- Kakó - blandað með smá kanil (til að rúlla)

Aðferð við undirbúning

1. Maukið valhneturnar saman við heslihneturnar í matvinnsluvél eða blandara. Það er mikilvægt að gæta þess að þær séu

ekki muldar of fínt því það gerir það erfitt að móta kúlurnar.
2. Við tökum valhneturnar út í skál. Síðan malum við dagsetningarnar sem við tókum steinana úr áður. Bætið hunanginu við og ýtið aftur á vélmennið. Við bætum við valhnetum.
3. Þú getur líka hnoðað þær í höndunum þar til þú færð blöndu sem við mótum í kúlur. Blandið kókos- eða kakóspæni saman við smá kanil og egglosið.
4. Sælgæti er ljúffengt og mjög hollt.

4. Vegan sælgæti með döðlum og kasjúhnetum

Nauðsynlegar vörur

- Döðlur - 150 g, má liggja í bleyti í heitu vatni
- Hafragrautur - 50 g, sterkur
- Möndlur - 50 g, hrár
- Carob hveiti - 4 msk.
- Kókosolía - 4 msk.
- Stevia - eftir smekk, kannski án
- Þurrkuð kókos - 2 msk.
- Þurrkuð kókos - 4 msk. að rúlla

Aðferð við undirbúning

1. Í matvinnsluvél, malaðu fyrst hneturnar og bætið svo við hinu hráefninu - döðlum, smjöri, sagi, karob hveiti.

2. Stevia má bæta við ef vill.
3. Massinn er þykkur og klístur, kúlur myndast, vegan-konfektinu er rúllað í þurrkað kókos.
4. Farið aftur í kæli til að stífna.
5. Vegan sælgæti með döðlum og kasjúhnetum er virkilega ljúffengt.

5. Súkkulaðikúlur með kex

Nauðsynlegar vörur

- kex - 300 g
- hnetur - 100 g
- olía - 100 g
- kakó - 4 pl
- súkkulaði - 100 grömm
- nýmjólk - 150 ml
- vanillu - 1/2 pakki
- kókoshnetuspænir - 40 g

Aðferð við undirbúning

1. Taktu lítinn pott og helltu mjólkinni. Setjið það á helluna og þegar það hitnar bætið þá

smjörinu og kakóinu út í og hrærið þar til það hefur blandast vel saman.
2. Brjótið síðan súkkulaðið og bætið því út í og hrærið þar til það er alveg uppleyst. Þegar súkkulaðið hefur leyst vel upp, leyfið blöndunni að kólna.
3. Takið kexið og brjótið í mjög litla bita og bætið við súkkulaðiblönduna. Bætið muldum valhnetum og vanillu út í blönduna.
4. Blandið vel saman og byrjið að mynda kúlur sem þið rúllið í kókoshnetuspúðana og raðið á disk eða bakka og látið þær stífna í ísskápnum.

6. Heimabakað nammi með kex

Nauðsynlegar vörur

- kex - 1 pakki Everest með kakói/mjólk,
- súkkulaði - 1 brúnt með hnetum / hvítt með kókos,
- nýmjólk - 300 - 350 ml.
- smjör

Aðferð við undirbúning

1. Myljið kökurnar vel. Bræðið súkkulaðið (svart með hnetum eða hvítt með kókos) í vatnsbaði með smá smjöri. Bætið síðan um 150 ml út í. mjólk.
2. Bætið blöndunni út í kexið, blandið vel saman, mótið kúlur og veltið þeim upp úr kakó/kókos.
3. Þeir verða að vera í kæli í að minnsta kosti 2 klst.

7. Hollt nammi með döðlum og valhnetum

Nauðsynlegar vörur

- Döðlur - 1 kassi náttúrulegar
- Valhnetur - 500 g brotnar
- Sítrónubörkur
- appelsínu hýði
- Kakó - 1 msk að sjálfsögðu
- Þurrkuð kókos - 150 g

Aðferð við undirbúning

1. Náttúrulegar döðlur eru hreinsaðar af steinum og hellt í matvinnsluvélina. Bætið við brotnu valhnetunum. Malið í einsleita blöndu.

2. Blandan sem myndast er skipt í fimm jafna hluta og sett í skálar. Sítrónubörkur í einu rifi.
3. Hrærið í höndunum til að blanda sítrónuberkinum saman. Setjið appelsínubörkinn í seinni skálina.
4. Í þriðju blönduna er kakó bætt við, í þeirri fjórðu teskeið af þurrkaðri kókoshnetu og sú síðasta skilin eftir án alls - að sjálfsögðu. Hrært er í öllum blöndunum til að dreifa viðbættum afurðum.
5. Taktu hluta af blöndunni sem myndast og myndaðu kúlur.
6. Hvert sælgæti er rúllað í þurrkaða kókoshnetu.
7. Hollt nammi með döðlum og valhnetum er tilbúið.

8. Heimabakað Ferrero sælgæti

Nauðsynlegar vörur

- vöfflur - 300 g með heslihnetufyllingu
- heslihnetur - 1,5 tsk. smátt saxað
- fljótandi súkkulaði - 1,5 tsk. Nutella

FYRIR RULLUN

- heslihnetur - 1,5 tsk. smátt saxað
- dökkt súkkulaði - 200 g
- olía - 1 tsk.

Aðferð við undirbúning

1. Myljið vöfflurnar og bætið heslihnetunum og nutella saman við. Hrærið vel og látið blönduna standa í kæliskáp í að minnsta kosti 30 mínútur.
2. Úr blöndunni myndast kúlur eins litlar og valhneta. Látið þær standa í kæliskápnum í 30 mínútur.
3. Bræðið súkkulaðið í skál. Bætið heslihnetunum og olíunni út í. Hrærið vel saman.
4. Takið kúlurnar úr kæliskápnum og dýfið hverri í súkkulaði-heslihnetublönduna.
5. Settu þær á bökunarpappírsklædda plötu. Látið þær stífna í kæliskápnum og raðið þeim síðan í pappírshylki.

9. Kökukúlur með kókos

Nauðsynlegar vörur

- Smákökur - 400 g venjulega
- Hnetur - 1 tsk. / léttbakað og malað /
- Powder Zakhar - 1/2 ch
- púðursykur - 1/2 tsk.
- Olía - 125 g
- nýmjólk - 150-180 ml
- Kakó - 2 msk.
- Vanilla - 2 pokar
- Þurrkuð kókos - 50 g

Aðferð við undirbúning

1. Bræðið smjörið við vægan hita og bætið mjólkinni út í. Látið kólna. Kökurnar eru malaðar í blandara.
2. Einnig eru malaðar valhnetur, flórsykur, púðursykur, vanilla og kakó. Verður blandað.
3. Bætið við mjólk og smjöri og hrærið aftur þar til þykkt, klístrað deig myndast.
4. Settu kökuna í kæli í um það bil 15 mínútur til að stífna.
5. Eru mótuð sælgæti sem er rúllað í kókos. Þær geymast í ísskáp í um klukkutíma.
6. Kókos kexkúlurnar eru tilbúnar.

10. Súkkulaðikonfekt með döðlum

Nauðsynlegar vörur

- döðlur - 55 g
- súkkulaði - 55 g
- prótein - 1 dós (25 g; eða kakó + sætuefni)
- heslihnetuolía - 25 g (önnur olía eða tahini)

Aðferð við undirbúning

1. Blandið fyrst döðlunum í blandara (bætið við smá vatni ef þarf).
2. Hellið þeim í skál.
3. Bræðið súkkulaðið í vatnsbaði og bætið því við döðlurnar ásamt hinum vörum.
4. Blandið vel saman þar til þú færð einsleita blöndu sem þú myndar hrá nammi úr með höndunum.

5. Setjið súkkulaðikonfekt með döðlum í kæliskáp í um það bil 1 klukkustund til að stífna.

11. Próteinkúlur með hnetusmjöri

Nauðsynlegar vörur

- Prótein - 2 msk. að dusta
- Haframjöl - 1 tsk. / eða haframjöl /
- Hnetusmjör - 125 g
- Vatn - 3 msk. / eða möndlumjólk / kókosmjólk /

Aðferð við undirbúning

1. Setjið allt hráefni fyrir próteinkonfektið í blandara og maukið í um það bil 1 mínútu þar til það er klístrað.

2. Mótaðu próteinkúlurnar í höndunum með hnetusmjöri.
3. Berið fram í fallegum bakka hvenær sem er dagsins.

12. Hrátt nammi með banana og döðlum

Nauðsynlegar vörur

- Bananar - 1 stk.
- Haframjöl - 1 tsk.
- Dagsetningar - 7 - 8
- Kókosolía - 1 msk.
- frá hornum - 2 tsk
- Kanill - 1 tsk.
- Þurrkuð kókoshneta

Aðferð við undirbúning

1. Blandið saman og maukið allar vörurnar í blandara.
2. Mótið kúlur og veltið þeim upp úr þurrkaðri kókoshnetu.
3. Látið sælgæti standa í kæli í nokkrar klukkustundir til að stífna.
4. Hrár banani og döðlukonfekt er tilbúið.

13. Magrar sprengjur með döðlum og valhnetum

Nauðsynlegar vörur

- döðlur - 170 g
- hnetur - 120 g
- kakó - 35 g
- kókosolía - 2 tsk.
- kókos - 50 g
- horn - 10 g

Aðferð við undirbúning

1. Afhýðið döðlurnar og takið steininn úr. Ef þú getur ekki afhýtt þá geturðu sleppt þessu skrefi, fyrir mér er betra þegar þau eru afhýdd.

2. Setjið döðlurnar í blandara, bætið við valhnetum, kakói, smá kókosolíu, helmingi kókoshnetunnar (hinn helminginn látum við rúlla) og karobmjöli. Blandið þar til allt hráefnið hefur blandast saman.
3. Taktu með blautum höndum smá af blöndunni og mótaðu hana í sætar sælgæti, rúllaðu þeim síðan upp úr smá kókos.
4. Raðið þeim á bakka eða disk.
5. Látið kólna í kæli.
6. Eftir klukkutíma eru mögru sprengjurnar með döðlum og valhnetum tilbúnar til að borða.

14. Kexkonfekt með þéttri mjólk

Nauðsynlegar vörur

- tekex - 1 pakki hringl
- smjör - 1/2 poki, mjúkur
- þétt mjólk - um 1/2 dós, karamella (valfrjálst)
- valhnetur - um 150 g malaðar

Til að rúlla

- valhnetur - malaðar
- kakóduft
- kókosspænir

Aðferð við undirbúning

1. Myljið kexið og setjið í skál, bætið valhnetum og mjúku smjöri út í, bætið mjólkinni út í smátt og smátt og blandið þar til mjúkt deig.
2. Kælið í um það bil 10 mínútur til að kólna aðeins.
3. Mótið sælgæti á stærð við valhnetur og rúllið í malaðar valhnetur, kakó, súkkulaðistykki eða kókos.
4. Þéttmjólkurkex eru tilbúin.

15. Hrátt nammi með döðlum og appelsínu

Nauðsynlegar vörur

- Döðlur - 1 tsk.
- Haframjöl - 1 tsk.
- Appelsínusafi - frá 1/2 appelsínu
- Kókosolía - 2 tsk.
- Þurrkuð kókoshneta
- Valhnetur

Aðferð við undirbúning

1. Blandið öllum vörum saman. Mótið kúlur og veltið upp úr þurrkaðri kókos.
2. Toppið með valhnetu eða annarri hnetu og setjið í ísskáp í um það bil klukkutíma svo nammið stífni.
3. Hrá nammi með döðlum og appelsínum eru tilbúin.

16. Kex sælgæti

Nauðsynlegar vörur

- venjulegt kex - 1 pakki
- nýmjólk - 1 tsk.
- vanillu - 1 pakki
- sykur - 1/2 tsk
- kókoshnetuspænir - eða litaðar / súkkulaðistykki

Aðferð við undirbúning

1. Myljið kexið fínt í meðalstórri skál og bætið sykri, vanillu og mjólk út í og hnoðið létt þar til þykk blanda er fengin.
2. Úr blöndunni myndast litlar kúlur, vefjið síðan með prikum og látið standa í kæli í 30 mínútur.

17. Kexkúlur

Nauðsynlegar vörur

- kex - 3 pakkar af bangsi með bláberjum (270 g)
- olía - 125 g
- vanilla - 1 stk.
- kakó - 1 kassi
- hnetur - 250 g
- púðursykur - 250 g
- kókoshnetuspænir - 1 pakki

Aðferð við undirbúning

1. Kexið er mjög ilmandi og hentar mjög vel til að búa til þessa tegund af nammi. Þú getur notað aðra, en þú þarft kjarna eða líkjör.

2. Myljið kexið og blandið saman við vanillu, kakó, malaðar valhnetur og flórsykur.
3. Öllu hráefninu er blandað saman og bræddu smjörinu bætt út í og við byrjum að blanda aftur.
4. Úr blöndunni sem myndast myndarðu kúlur og rúllaðu þeim í kókoshnetu.

18. Kjúklingakex

Nauðsynlegar vörur

- Smákökur - 400 g
- Kakó - 90 g
- Sykur - 1 tsk.
- Þurrkuð kókos - 150 g

Aðferð við undirbúning

1. Við byrjum á því að brjóta kökurnar. Þeir geta brotnað, ekki hafa áhyggjur ef þeir eru ekki brotnir fullkomlega.
2. Setjið þeytt kexið í djúpa skál, bætið kakói, sykri og 50 g þurrkinni kókos saman við og blandið vel saman.

3. Bætið síðan smjörinu út í í litlum skömmtum og hrærið vel þar til það bráðnar og bleytir í kexinu. Þú ættir að fá mjög þykka blöndu sem samkvæmni deigsins.
4. Þegar við erum búin þá mótum við meðalstórar kúlur og röðum þeim í bakka eða bakka svo þær snertist ekki.
5. Látið þær standa í kæliskápnum í að minnsta kosti 20 mínútur til að leyfa þeim að harðna.
6. Þegar þær eru stífnar veltum við hverri kökunni upp í þurrkaða kókoshnetuna og setjum þær aftur á bakkann eða bakkann.
7. Þá er ekki vandamál að ljósu konfektin snerti hvert annað.
8. Kókoskexin eru sett í kæliskáp í tíu mínútur í viðbót og tilbúin til að borða.

19. Keto trufflur með avókadó og súkkulaði

Nauðsynlegar vörur

- Avókadó - 1 stór þroskaður
- hvítt súkkulaði - 50 g með steviol
- Stevíóla - 2 msk. af kristöllum
- Kakó - 1 msk.
- Kanill - 1 tsk.
- Kókosolía - 3 msk.
- Þurrkuð kókos - 3 msk.

Aðferð við undirbúning

1. Fyrir þessar súkkulaðitrufflur, rifið súkkulaðið og myljið stevíóluna í kristalla.
2. Bræðið kókosolíuna og afhýðið og stappið avókadóið vel með gaffli og hægt er að nota blandara.

3. Sigtið kakóið og blandið öllu hráefninu saman án þurrkuðu kókossins.
4. Látið blönduna sem myndast í kæliskápnum þar til hún er solid.
5. Við búum til nammi úr þessu.
6. Við rúllum keto trufflunum með avókadó og súkkulaði í þurrkaðri kókoshnetu.

20. Kúlur með döðlum og bláberjum

Nauðsynlegar vörur

- Döðlur - 200 g
- Hnetur - 85 g
- Bláber - 50 g þurrkuð
- Kókos - 3 msk.
- Kókosolía - 1 msk.

Aðferð við undirbúning

1. Setjið valhneturnar í blandara, malið, bætið við döðlum og malið líka.
2. Bætið síðan öllu hinu hráefninu fyrir hollu nammið saman við og blandið þar til blandan er orðin einsleit.

3. Mótaðu blönduna í kúlur með döðlum og bláberjum í höndunum. Berið þær fram á bakka.

BARNANAMMI

21. Nutella kex nammi

Nauðsynlegar vörur

- fljótandi súkkulaði - 400 grömm af Nutella
- Hnetur - 250 grömm
- Smjör - 250 g
- Vanilla - 4 stk.

- Flórsykur - 500 g
- Smákökur - 2 pakkar

Aðferð við undirbúning

1. Blandið kexinu saman við valhneturnar í blandara. Fín blöndu ætti að fást - eins og sandur.
2. Bræðið smjörið í vatnsbaði, látið kólna.
3. Setjið allt hráefnið fyrir nammið í djúpa skál og hrærið þar til tiltölulega mjúkt deig hefur myndast.
4. Setjið deigið í frysti í um klukkustund.
5. Mótið sælgæti af hvaða stærð sem er, rúllið upp úr fljótandi súkkulaði og raðið í pappírslengjur.
6. Nutella kexið er tilbúið.

22. Heimabakað hlaupkonfekt fyrir börn

Nauðsynlegar vörur

- Compote - 300 ml af safa (úr aprikósu)
- púðursykur - 4 msk.
- Gelatín - 3 pokar x 10 g
- Sítrónusafi - nokkrir dropar

Aðferð við undirbúning

1. Hellið sýktum aprikósukompottsafanum í meðalstóran pott. Setjið á eldavélina til að hita upp, en án þess að sjóða. Takið svo pönnuna út og bætið gelatínpökkunum út í.
2. Hrærið með skeið og látið standa í nokkrar mínútur þar til gelatínið bólgnar.

3. Setjið síðan blönduna aftur á helluna yfir meðalhita og hrærið reglulega þar til einsleit blanda er mynduð.
4. Bætið púðursykrinum og nokkrum dropum af sítrónu út í (um 1/2 tsk).
5. Hellið hlaupinu og nammiblöndunni í hentug mót (ég notaði sílikonform).
6. Látið fullu formin standa í kæli þar til gelatínið hefur kólnað og harðnað.
7. Gerðu börnin þín ánægð með heimagerðu hlaupnammi fyrir börn!

23. Smákökur með súkkulaði, valhnetum og kókos

Nauðsynlegar vörur

- Smákökur - 300 g
- Hnetur - 100 g
- Smjör - 100 g
- Kakó - 4 msk.
- nýmjólk - 150 ml
- Sykur - 6 msk.
- Súkkulaði - 2 stk.
- Valhnetur - malaðar
- Þurrkuð kókoshneta

Aðferð við undirbúning

1. Ég mala annan pakkann af smákökum og brýt hinn þannig að það verði bitar í nammið og valhnetunum bætt við.
2. Hitið mjólk, smjör, kakó og sykur að suðu, takið síðan af hitanum, bætið 1 súkkulaði út í.
3. Þegar það hefur kólnað, hellið yfir kökurnar og blandið vel saman, bíðið í tíu mínútur og byrjið að mynda kúlur.
4. Svo læt ég það kólna í kuldanum og helli svo bræddu öðru súkkulaðinu með smá vatni og rúllar í þessu tilfelli upp úr kókos og valhnetum.
5. Hægt er að bæta mismunandi bragði eða þurrkuðum ávöxtum eða öðrum hnetum í blönduna.
6. Súkkulaði-, valhnetu- og kókoskökur eru tilbúnar.

24. Auðvelt hlaup nammi úr kompotti

Nauðsynlegar vörur

- kompottsafi - 350 ml
- sykur - 6 matskeiðar
- gelatín - 50 grömm
- sítrónusafi - 1/2 tsk. eða sítrónusýru

Aðferð við undirbúning

1. Notaðu kompottsafa að eigin vali, ávaxtamauk eða ávaxtasafa. Ef þér líkar ekki við of sæta eftirrétti skaltu minnka sykurinn niður í 2-3 matskeiðar.
2. Hitið safann úr kompottinum á heitri plötu, takið af hellunni og bætið 50 g af gelatíni út í.

3. Hrærið vel og setjið blönduna til hliðar til að leyfa matarlíminu að bólgna.
4. Þegar matarlímið hefur bólgnað, setjið blönduna aftur á helluna og hrærið af og til þar til hún er slétt. Bætið við sykri og 1/2 tsk sítrónusafa (sítrónusýru).
5. Hellið öllu í könnu og hellið blöndunni í heimabakað nammi / ísmolabakka.
6. Látið sælgæti standa í frysti til að stífna.
7. Auðveldu hlaupkompotturinn er tilbúinn.

25.Súkkulaðikúlur með gulrótum

Nauðsynlegar vörur

- Hveiti - 1 1/2 tsk.
- Sykur - 1 tsk.
- Gulrætur - 1 tsk. nuddað
- Valhnetur - 1/2 tsk.
- Sítrónubörkur
- Egg - 2 stk.
- lyftiduft - 1 stk.
- Olía - 3/4 tsk.
- Kanill - 1 tsk.
- fljótandi súkkulaði - fyrir glerjun
- Smjör - 50 g mjúkt
- Apríkósuhlaup - 2 - 3 msk.

Aðferð við undirbúning

1. Þeytið eggin með sykrinum. Bætið olíu, kanil, rifnum gulrótum, sítrónuberki og hveiti saman við ásamt lyftiduftinu.
2. Hrærið þar til slétt er og hellið blöndunni í húðaða pönnu.
3. Bakið marshmallows í forhituðum ofni. Athugaðu viðbúnað með tréstaf.
4. Látið fullbúna brauðið kólna og brjótið það í mola. Bætið við smjöri, fínsöxuðum valhnetum og apríkósuhlaupi. Hrærið og mótið kúlur.
5. Dýfðu hverri ausu í fljótandi súkkulaði og kældu gulrótarkonfektið.

26. Hlaupkonfekt úr þrúgusafa

Nauðsynlegar vörur

- Þrúgusafi - 2 teskeiðar ósykrað hreint
- Sykur - 2¼ tsk. + 3 msk. Hvítur
- Glúkósa - ½ klukkustund H.
- Epli pektín - 2 msk.

Aðferð við undirbúning

1. Ég hylji botn ferkantaðs bakka með plastfilmu. Blandið 2 tsk af glúkósa og sykri saman við þrúgusafa við meðalhita. Látið suðuna koma upp og hrærið þar til sykurinn hefur bráðnað.
2. Blandan ætti að sjóða auðveldlega. Það vill verða þykkara. Blandið afganginum af sykri og eplapektíni saman í skál.

3. Bæta við. Teskeið af volgu blöndunni og hrærið hratt. Nýja blandan ætti ekki að hafa kekki. Ég helli því á pönnuna með restinni af volgu blöndunni.
4. Setjið hitamæli á pönnuna og bíðið eftir að blandan nái 118 gráðum.
5. Hellið blöndunni hægt á pönnuna. Ég banka bakkann á borðið til að ná loftinu úr blöndunni. Ég læt það harna við stofuhita.
6. Um leið og hlaupið er stíft skaltu snúa því á bökunarplötu með sykri. Skerið hlaupið varlega í ferninga og veltið hlaupkonfektinu upp úr sykri.

27. Kexkúlur með mjólk og súkkulaði

Nauðsynlegar vörur

- Smákökur - 200 g kakó (heimaland)
- Duft zakhar - 1/2 msk
- Pétt mjólk - 150 g
- Smjör - 60 g brætt
- Súkkulaði - 150 g brætt til að rúlla
- Möndlur - 100 g sneiðar eða muldar til að strá yfir

Aðferð við undirbúning

1. Myljið kexið í blandara. Hellið þeim í skál. Bætið sykrinum út í og blandið vel saman til að blanda saman.
2. Bætið bræddu smjöri og niðursoðnu mjólk út í. Hrærið vel aftur til að gera kúlu af deigi.

3. Lokið skálinni og látið hefast í kæli í um klukkustund. Þegar þú ert búinn skaltu mynda litlar kúlur.
4. Settu kúlurnar aftur inn í kæli til að stífna þar sem hitinn frá höndum þínum mun gera deigið festa.
5. Um leið og það er stíft er dýft í bráðið súkkulaði og raðað á disk. Stráið sneiðum eða muldum möndlum eða öðrum hnetum yfir eftir þörfum.
6. Setjið sælgæti aftur inn í kæli áður en það er borið fram.

28. Hunangs- og sesamkonfekt

Nauðsynlegar vörur

- tahini - 200 g af sesamfræjum
- hunang - 200 g
- sesam

Aðferð við undirbúning

1. Blandið tahini saman við hunang í skál þar til það er einsleit blanda.
2. Við myndum kúlur sem við rúllum í sesamfræ.
3. Formið getur verið að eigin vali.
4. Raðið í hentugt ílát og geymið í kæli í 1 klst.

29. Heimabakaðar súkkulaðisleikjur

Nauðsynlegar vörur

- Súkkulaði - 500 g
- nýmjólk - 500 ml
- Vanilla - 2 duft
- litrík hjörtu - 1 pakki
- Kakó - 250 g
- litaðar kúlur - 1 poki

Aðferð við undirbúning

1. Bræðið súkkulaðið í tvöföldum katli. Bætið svo nýmjólkinni og kakóinu út í brædda súkkulaðið og hrærið vel með spaða.

2. Látið blönduna harðna í kæliskápnum í nokkrar klukkustundir.
3. Þegar það er tilbúið, mótið kúlur úr massanum og rúllið þeim í litrík hjörtu og kúlur og límið sleikju ofan á.
4. Sleikjóarnir sem fást á þennan hátt geta verið aðeins lengur í kæliskápnum þegar þeir ná til hans. :)
5. Njóttu máltíðarinnar!

30. Súkkulaðikirsuber

Nauðsynlegar vörur

- kirsuber - 300 g
- púðursykur - 2 tsk.
- smjör - 6 msk.
- vanilla - 1/2 tsk.
- nýmjólk - 2 msk.
- dökkt súkkulaði - 50 g
- mjólkursúkkulaði - 100 g

Aðferð við undirbúning

1. Bræðið 3 msk. af smjöri og blandið því saman við flórsykur, vanillu og mjólk. Hnoðið þessa blöndu með höndum - þú ættir að fá sykurdeig.

2. Við þvoum kirsuberin og þurrkum þau, skiljum þau eftir heil með handföngunum.
3. Takið lítið stykki af sykurdeigi og vefjið utan um hvert kirsuber, raðið þeim á bökunarpappír og setjið í frysti í 20 mínútur.
4. Bræðið tvær tegundir af súkkulaði ásamt restinni af smjörinu í vatnsbaði, látið það standa í tvær mínútur ekki svo fljótandi og bræðið kirsuberin hvert af öðru.
5. Raðið þeim aftur á pappír eða filmu. Látið þær standa í kæli í 10 mínútur til að harðna og neyta með ánægju.

31. Jelly Strawberry Muffins

Nauðsynlegar vörur

- Egg - 2 stk.
- Hveiti - 1 tsk.
- Kornsterkja - 2 msk.
- Passað jógúrt - 20 msk.
- Olía - 2 msk.
- Lyftiduft - 1 tsk.
- Sykur - 4 msk.
- Vanilla - 1 stk.
- Ber - 50 g
- hvítt súkkulaði - 50 g
- Sítrónu sneiðar - 10 stk. G
- Hlaupkonfekt - grænar rendur
- Súkkulaðistykki - 1 msk.

- Sælgætislitur - rauður

Aðferð við undirbúning

1. Þeytið eggin með sykrinum. Bætið við olíu, sigtinni mjólk, vanillu, maíssterkju, hveiti og lyftidufti og hrærið þar til það er slétt.
2. Hreinsið jarðarberin og skerið í litla bita. Bætið þeim við blönduna og hrærið.
3. Fyrir lögun jarðarbersins þurfum við kringlótt sílikon muffinsform. Við röðum formunum í hringlaga bakka þétt saman í hring. Þrýsta ætti þeim saman, breyta lögun þeirra úr kringlótt í mjórri hluta þar sem miðjan á bakkanum og svo líkjast jarðarberjum.
4. Fyllið formin af blöndunni og bakið í hóflegum ofni. Við látum þau kólna í sílikonformunum og á pönnunni án þess að taka þau út og hreyfa þau.
5. Blandið hlaupnúðlunum og brotnu hvíta súkkulaðinu saman í skál. Hitið í örbylgjuofni í nokkrar sekúndur. Hrærið aftur og hitið þar til þykkur vökvi myndast. Bætið við dropa af rauðum sælgætislitum og blandið þar til liturinn er jafn.

6. Fjarlægðu kældu bollakökurnar á vírgrind og helltu hlaupvökvanum yfir þær. Við söfnum því sem hefur runnið að neðan með skeið og hellum yfir hverja bollu.
7. Látið gljáann harðna og skreyta, myndið jarðarberjastöngla úr grænum hlaupborðum og stráið súkkulaðistykki yfir til að líkja eftir sólblómafræjum.

32. Graskerkonfekt

Nauðsynlegar vörur

- grasker - 500 g
- Smákökur - 300 g, smjör
- Flórsykur - 100 g
- Olía - 60 g
- Hnetur - 50 g
- Fondant - Grœnt

Aðferð við undirbúning

1. Setjið graskerið á pönnu og bakið við 200 gráður í um 35-40 mínútur, eða þar til það er meyrt. Malið valhneturnar og smákökurnar í matvinnsluvélinni.

2. Þegar graskerið hefur kólnað skaltu bæta við möluðum valhnetum og smákökum. Bætið við sykri, smjöri, kanil og blandið vel saman.
3. Látið stífna í kæli. Mótaðu síðan litlar kúlur og notaðu tannstöngul til að líkja eftir útlínunum sem eru sniðnar að graskeri.
4. Gerðu graskersstilka úr grænu fondant. Settu þau í ruslakörfuna og settu þau í kæli.
5. Ef graskerið er ekki nógu gult geturðu bætt skaðlausum appelsínugulum lit við það.

33. Kexdropar og sleikjó

Nauðsynlegar vörur

- Smákökur - 400 g morgunmatur (50:50 hvítur og brúnn)
- Valhnetur - malaðar 150 g
- nýmjólk - 150 ml (bætið meira við ef þarf)
- Púðursykur - 1 tsk.
- Olía - 1/2 pakki. Kýr

Til skrauts

- kókoshneta
- kakó
- sesam
- Sælgæti - litrík
- súkkulaðistykki

- hvítt súkkulaði - fyrir sleikjó

Aðferð við undirbúning

1. Maukið kökurnar með kökukefli og bætið svo sykri, valhnetum og smjöri út í.
2. Að lokum bæti ég nýmjólkinni út í og ákveð magnið út frá því hversu langan tíma það tekur að gera mjúkt en ekki of klístrað deig.
3. Ég set það í ísskáp í smá stund svo það harðnar og kúlur myndast auðveldara.
4. Þegar kúlurnar hafa verið mótaðar má dýfa þeim í súkkulaði eða rúlla í það sem þú hefur undirbúið til skrauts.

34. Kexkúlur með kanil

Nauðsynlegar vörur

- hveiti - 2 tsk.
- egg - 2 stk.
- sykur - 1 tsk. + 2 msk.
- rjómi - ½ tsk, súrdeig
- sterkja - 1 tsk, hveiti
- gos - 1 tsk
- edik - 1 tsk.
- kanill - 1 msk.

Aðferð við undirbúning

1. Þeytið eggin með sykrinum í skál, bætið rjómanum og mjúku smjöri út í.
2. Blandið ediki og gosi saman og bætið í skálina.

3. Bætið smám saman við sterkjunni sem er blandað saman við hveitið.
4. Hnoðið deigið og mótið það í aflanga bita. Við skerum þær í sneiðar, sem við myndum kúlur úr.
5. Blandið 2 msk. sykur og kanil.
6. Rúllaðu hverri kúlu í þessa blöndu, raðaðu á pönnu sem er þakin bökunarpappír og bakaðu við 180 gráður þar til þær verða bleikar.

35. Súkkulaðikúlur með kotasælu og valhnetum

Nauðsynlegar vörur

- Kotasæla - 400 g
- Smákökur - 200 g mjúkar
- Jógúrt - 5 msk.
- Valhnetur - 100 g grófmalaðar
- Sykur - 1/2 tsk.
- Kakó - 3 msk. að dusta
- Vanilla - 1 stk.
- Súkkulaði - 200 g
- Smjör - 4 msk.

Aðferð við undirbúning

1. Kökurnar eru malaðar í duft. Blandið kvarki, sykri, súrmjólk, vanillu og kakói saman við.

2. Bætið valhnetum og smákökum saman við og blandið öllu saman. Ef nauðsyn krefur, bætið við fleiri smákökum og valhnetum. Mótið kúlur og setjið í frysti í 30 mínútur.
3. Gerðu gljáa með því að brjóta súkkulaðið og bræða það með smjörinu í tvöföldum katli. Bræðið kúlurnar í gljáanum og látið standa í kæliskáp í 30 mínútur.

36. Jarðarberjahlaup sælgæti

Nauðsynlegar vörur

- Berjasafi - 10 msk.
- Sykur - 200 g
- Sítrónusafi - 2 msk.
- Gelatín - 12 g
- Púðursykur - 4 msk.

Aðferð við undirbúning

1. Gelatínið er lagt í bleyti í köldu sjóðandi vatni.
2. Jarðarberjasafi er blandaður saman við sykur og sítrónusafa og soðinn. Látið sjóða í

fimm mínútur, slökkvið á hitanum, bætið útvatninu út í og blandið öllu saman.
3. Blandan er hellt í ísmolabakka og látin standa í kæliskáp í 3 klst.
4. Takið nammið úr formunum og stráið flórsykri yfir.

37. Bananakonfekt með súkkulaði

Nauðsynlegar vörur

- bananar - 2 stk.
- súkkulaði - 50 g

Aðferð við undirbúning

1. Afhýðið banana og skerið í 2 cm þykka hringi.
2. Bræðið súkkulaðið í vatnsbaði og hellið því yfir bananasneiðarnar.
3. Setjið á disk og berið fram eftir að súkkulaðið hefur stífnað. Geymið í kæli.

38. Rússneskt kotasælu

Nauðsynlegar vörur

- Kotasæla - 300 g
- Hnetur - 50 g
- Smákökur - 150 g mjúkar
- Sykur - 3 msk.
- Vanilla - 1 stk.

FYRIR RULLUN

- Súkkulaði - 50 g
- Kanill - 1/2 tsk.
- Kakó - 1/2 tsk. að dusta

aðferð við undirbúning

1. Yerinu er nuddað í gegnum sigti eða maukað með gaffli. Blandið saman við sykur og vanillu,

bætið muldu kexinu og möluðu valhnetunum saman við og blandið öllu saman.
2. Hringlaga sælgæti myndast. Oval í rifnu súkkulaði, kanil og kakódufti til að búa til mismunandi gerðir og bragðtegundir af nammi. Látið hefast í kæliskáp í 1 klst.

39. Gagnlegar kókossprengjur

Nauðsynlegar vörur

- kókos - 1 tsk. rifið
- bláber - 1 tsk. rauður (þurrkaður)
- rúsínur - 1 tsk.
- jarðhnetur - 1 tsk. hrár
- smjör - 1 pakki af kú
- hunang - 4 msk.

Aðferð við undirbúning

1. Setjið helminginn af kókos, bláberjum, rúsínum og hnetum í eldhúshakkarann. Malið allt mjög vel.
2. Hitið olíuna í vatnsbaði og bætið henni við blönduna sem myndast. Bætið hunangi við.
3. Hrærið einu sinni enn og kælið í 30 mínútur. Taktu kældu blönduna.

4. Mótið litlar kúlur með skeið. Rúllaðu sælgæti sem myndast í kókoshnetunni sem eftir er og skilaðu þeim á köldum stað í nokkrar klukkustundir.

40. Nammi

Nauðsynlegar vörur

- súkkulaði - 100 g
- kirsuber - liggja í bleyti í líkjör

Aðferð við undirbúning

1. Bræðið súkkulaðið í vatnsbaði og setjið það svo í nammimót - setjið lítið súkkulaðistykki í hvert mót, setjið kirsuber út á og hellið þar til mótið er fyllt af súkkulaði.
2. Setjið sælgæti í frysti í um það bil 2 klst.

HOLLT nammi

41. Hollt súkkulaði

Nauðsynlegar vörur

- Döðlur - 30 stykki (u.þ.b. 200 g) rifnar, ein ósykrað
- Hnetusmjör - 5 msk. ósykrað
- dökkt súkkulaði - 70 g
- Kakó - 2 msk.
- Þurrkuð kókos - 3 msk. að rúlla

Aðferð við undirbúning

1. Setjið allt hráefnið nema þurrkaða kókosinn í kraftmikinn hrærivél eða hakkara og maukið þar til flauelsmjúkur massi myndast (ca. 5 mínútur).
2. Mótaðu nammi í æskilegri stærð og rúllaðu upp úr þurrkaðri kókos.
3. Sett í ísskáp í 1 klst og þá ertu búinn.
4. Heilbrigt súkkulaði er tilbúið.

42. Súkkulaðimöndluveisla

Nauðsynlegar vörur

- Möndlur - 200 g hrár
- Kakó - 3 msk.
- Súkkulaði - 100 g náttúrulegt

Aðferð við undirbúning

1. Leggið möndlurnar í bleyti í volgu vatni svo þær bólgni.
2. Afhýðið og raspið graskerið og kreistið safann úr því.
3. Látið þorna í 30 mínútur við 100°C.
4. Bræðið súkkulaðið í tvöföldum katli.
5. Dýfið möndlunum í það og veltið þeim að lokum upp úr kakói.

6. Skildu eftir heimabakað sælgæti í bakkanum og þjónaðu gestum þínum.
7. Súkkulaðiveislumöndlur eru ljúffengar.

43. Heimabakað hollt sælgæti með kastaníuhnetum

Nauðsynlegar vörur

- Kastanía - um 350 g
- Döðlur - 200 g
- Rúsínur - 150 g svartar
- Kókosolía
- Kornflögur - ca. 150 g
- Kakó - til að rúlla
- Hampi fræ - skrældar, til að rúlla

Aðferð við undirbúning

1. Soðnar kastaníuhnetur (hreinsaðar að innan án flögna) ca. 300-350 g, liggja í bleyti í

vatni í 1 dag með u.þ.b. 200 g döðlur (pittaðar) og 150 g svartar rúsínur (og hvítar).
2. Þú þarft líka hörfræolíu eða kókosolíu, maísflögur (án sykurs), u.þ.b. 150 g.
3. Ég mala flögurnar í blandara. Svo sneri ég döðlunum og rúsínunum saman við vatnið í blandara.
4. Ég bætti líka við uppáhalds fitunni minni (ekki mikið). Ég hnoða eitthvað eins og deig, ef það er erfitt bæti ég aðeins meira vatni við.
5. Ég skil það eftir í ísskápnum. Eftir 4 tíma móta ég heimagerðu nammið.
6. Svo rúlla ég helmingnum af vegan-konfektinu í kakó og helminginn af hinum í afhýdd hampfræ og þá færðu ljúffengt heimabakað hollt nammi með kastaníuhnetum.

44. Hollt nammi með döðlum og valhnetum

Nauðsynlegar vörur

- Döðlur - 1 kassi náttúrulegar
- Valhnetur - 500 g brotnar
- Sítrónubörkur
- appelsínu hýði
- Kakó - 1 msk að sjálfsögðu
- Þurrkuð kókos - 150 g

Aðferð við undirbúning

1. Náttúrulegar döðlur eru hreinsaðar af steinum og hellt í matvinnsluvélina. Bætið við brotnu valhnetunum. Malið í einsleita blöndu.

2. Blandan sem myndast er skipt í fimm jafna hluta og sett í skálar. Sítrónubörkur í einu rifi.
3. Hrærið í höndunum til að blanda sítrónuberkinum saman. Setjið appelsínubörkinn í seinni skálina.
4. Í þriðju blönduna er kakó bætt við, í þeirri fjórðu teskeið af þurrkaðri kókoshnetu og sú síðasta skilin eftir án alls - að sjálfsögðu. Hrært er í öllum blöndunum til að dreifa viðbættum afurðum.
5. Taktu hluta af blöndunni sem myndast og myndaðu kúlur.
6. Hvert sælgæti er rúllað í þurrkaða kókoshnetu.
7. Hollt nammi með döðlum og valhnetum er tilbúið.

45. Kakópróteinkúlur

Nauðsynlegar vörur

- Mysuprótein - 2 msk. að dusta
- Kakó - 2 msk.
- Döðlur - 200 g, rifnar
- Möndlur - 85 g
- Kókosolía - 2 msk.
- Vatn - 1 msk.

Aðferð við undirbúning

1. Setjið allt hráefnið í blandara og blandið í 2-3 mínútur þar til einsleitur massi myndast.
2. Gerðu nammi úr blöndunni.
3. Kakópróteinkúlurnar eru tilbúnar.

46. Kókospróteinkúlur

Nauðsynlegar vörur

- Mysupróteinduft - 2 msk
- Kókosmjólk - 1/2 bolli
- Kókosmjöl - 2 bollar + til að rúlla

Aðferð við undirbúning

1. Setjið eggjahvítuduftið, kókosmjólkina og hveiti í blandara.
2. Blandið í 1 mínútu þar til allt hráefni hefur blandast vel saman.
3. Búðu til sælgæti.
4. Veltið kókospróteinkúlunum upp úr kókosmjöli og þú ert búinn.
5. Kókospróteinkúlur eru ljúffengar!

47. Einfaldir próteindropar

Nauðsynlegar vörur

- Möndluolía - 2 msk. Eðlilega
- Prótein - 30 g að eigin vali (vanilla, súkkulaði)
- Þurrkuð kókos - 2 msk. ósykrað + 1 msk. að rúlla
- kanill
- Eplasafi - 2 msk. ósykrað
- Kakó - 1 msk.
- Möndlur - 1 / 2.k.ch. mulið
- Valhnetur - skreytingar
- Kókosolía

Aðferð við undirbúning

1. Blandið öllu hráefninu án kanils og 1 msk. Rifin kókos og blandið vel saman.
2. Með hjálp smurðar hendur með kókosolíu myndum við kúlur.
3. Þegar við erum búin að móta þá rúllið þeim upp úr blöndu af þurrkinni kókoshnetu og kanil.
4. Skreyttu toppinn á kjúklingnum með heilum valhnetum.
5. Setjið sælgæti í kæliskáp í 30 mínútur.
6. Auðvelt prótein sælgæti eru tilbúin.

48. Nammiorka

Nauðsynlegar vörur

- Tyrknesk ánægja - 3 stk.
- Hnetur - 1/2 tsk.
- Rúsínur - 1 handfylli
- Möndlur - 1/2 tsk.
- Döðlur - 100 g rifnar
- Þurrkuð kókos - til að rúlla

Aðferð við undirbúning

1. Leggið döðlurnar og rúsínurnar í bleyti í lítilli skál af vatni í 10 mínútur.
2. Í matvinnsluvél eða hakkara mölum við döðlurnar og rúsínurnar sem teknar eru upp

úr vatninu, sneiðar tyrknesk delight, möndlurnar og valhneturnar.
3. Þykkt deig fæst sem líkist föstu deigi.
4. Úr þessari blöndu mótum við lítil kringlótt sælgæti með höndum okkar.
5. Rúllaðu hverju nammi fyrir sig í þurrkaðri kókoshnetu.
6. Látið þær harðna í kæliskápnum í nokkrar klukkustundir.
7. Um 12 orkukonfekt fást úr þessu magni.

49. Próteinkonfekt með döðlum

Nauðsynlegar vörur

- Engisprettur - 1 msk.
- Hnetur - 50 g
- Cornflakes - 2 handfylli
- Döðlur - 5 - 6 stykki.
- Prótein - 1 msk. að dusta
- Vatn - 50 ml
- Þurrkuð kókos - til að rúlla

Aðferð við undirbúning

1. Malið valhnetur og maísflögur og setjið í skál.

2. Bætið við rozhkov hveiti, próteindufti og smátt söxuðum döðlum.
3. Bætið vatninu út í og blandið vel saman. Mótið próteinsælgætið á stærð við valhnetu og veltið því upp úr þurrkaðri kókos og mögulega kakó.
4. Látið sælgæti stífna aðeins í kæli.
5. Skemmtu þér með þetta prótein sælgæti með döðlum!

50. Prótein sælgæti með kotasælu og þurrkinni kókos

Nauðsynlegar vörur

- Kotasæla - 100 g magur
- Prótein - 20 g með vanillubragði
- Hafraklíð - 20 g
- hunang - 10 g
- Súkkulaði - 10 g náttúrulegt
- Kókos - til að rúlla

Aðferð við undirbúning

1. Rífið súkkulaðið á gróft raspi.
2. Við setjum allar vörur í djúpa skál.
3. Við blandum öllu vel saman.
4. Við myndum kúlur á stærð við valhnetu.

5. Rúllaðu fullbúnu nammi í þurrkaðri kókoshnetunni.
6. Setjið á disk og kælið í 30 mínútur.
7. Prótein sælgæti með kotasælu og þurrkaðri kókos er tilbúið.

51. Möndlukonfekt marr

Nauðsynlegar vörur

- möndlur - 50 g
- möndluolía - 50 g crunches (eða venjulegt)
- agave síróp - 30 g (sættuefni að eigin vali)
- blár spirulina - 2 tsk. (má sleppa)

Aðferð við undirbúning

1. Blandið möndlunum saman í blandara.
2. Hellið þeim í skál, bætið afganginum út í og blandið vel saman.
3. Úr blöndunni sem myndast myndarðu gagnlegt sælgæti og skilur það eftir í frysti í u.þ.b. 30 mínútur til að herða.
4. Takið svo út og möndlukonfektmolarnir eru tilbúnir.

52. Hvítt súkkulaði og möndlu sælgæti

Nauðsynlegar vörur

- Kakósmjör - 30 g
- Kókosmjólk - 20 g duft
- Agave síróp - 15 ml
- Möndlur - 10 g

Aðferð við undirbúning

1. Bræðið kakósmjörið í vatnsbaði.
2. Færið í skál, bætið kókosmjólk og agavesírópi út í og hrærið.
3. Skerið möndlurnar í bita og bætið þeim út í.
4. Hrærið aftur og skiptið blöndunni sem myndast í sælgætisdósir.
5. Látið sælgæti standa í frysti þar til það er stíft.

6. Síðan tekur þú þær varlega út og þær eru tilbúnar til framreiðslu.
7. Hvítt súkkulaði og möndlukonfekt er frábært!

53. Súkkulaði með fyllingu

Nauðsynlegar vörur

- Kakósmjör - 20 g
- Kókosolía - 20 g
- Kakó - 15 g
- Agave síróp - 30 ml (eða annað sætuefni að eigin vali)
- Hnetusmjör – eða tahini til fyllingar

Aðferð við undirbúning

1. Bræðið kakósmjörið í vatnsbaði.
2. Hellið því í skál, bætið afganginum út í og blandið vel saman.
3. Hellið allt að helmingi blöndunnar í sælgætiskrukkur.

4. Bætið við smá smjöri eða tahini og fylllið upp með súkkulaðiblöndunni sem eftir er.
5. Setjið nytsamleg sælgæti til að setja á í um 30-40 mínútur.
6. Fjarlægðu síðan pralínurnar með fyllingunni og berðu fram.

54. Súkkulaðikonfekt með döðlum

Nauðsynlegar vörur

- döðlur - 55 g
- súkkulaði - 55 g
- prótein - 1 dós (25 g; eða kakó + sætuefni)
- heslihnetuolía - 25 g (önnur olía eða tahini)

Aðferð við undirbúning

1. Blandið fyrst döðlunum í blandara (bætið við smá vatni ef þarf).
2. Hellið þeim í skál.
3. Bræðið súkkulaðið í vatnsbaði og bætið því við döðlurnar ásamt hinum vörum.
4. Blandið vel saman þar til þú færð einsleita blöndu sem þú myndar hrá nammi úr með höndunum.

5. Setjið súkkulaðikonfekt með döðlum í kæliskáp í um það bil 1 klukkustund til að stífna.

55. Graskerkonfekthænur

Nauðsynlegar vörur

- Grasker - steikt 150 g
- Kotasæla - 150 g sælgæti (eða venjulegt)
- Kókosrjómi - 30 g (eða kókosrjómi eða smjör)
- Sætuefni - eftir smekk
- Þurrkuð kókos - til að rúlla

Aðferð við undirbúning

1. Fyrir þessar gagnlegu kjúklinga, maukið forsteikt graskerið í skál.

2. Bætið restinni af vörum út í og blandið vel saman.
3. Mótaðu massann í kókoskonfekt og rúllaðu þeim upp úr þurrkaðri kókos.
4. Látið graskersnammið Kokoski hvíla í kæliskápnum í nokkrar klukkustundir og berið svo fram.

56. Súkkulaði með möndlubragði

Nauðsynlegar vörur

- Kirsuber - 50 g þurrkuð
- Heslihnetur - 50 g ristaðar (eða hráar)
- Heslihnetu tahini - 30 g
- Kókosolía - 20 g
- Þurrkuð kókos - 15 g
- Agave síróp - 35 ml (eða annað sætuefni ef vill)
- Möndlukjarna
- Súkkulaði - 40 g (til að rúlla)

Aðferð við undirbúning

1. Blandið öllum vörum án súkkulaðis og þurrkaðri kókos í hrærivél og maukið í einsleitan massa.
2. Bætið þurrkuðu kókosinu út í og hrærið.

3. Úr blöndunni sem myndast myndar þú sælgæti sem þú lætur standa í kæli í nokkrar klukkustundir.
4. Síðan brætt súkkulaði í tvöföldum katli og sporöskjulaga þegar þétt möndlu sælgæti með ausu.
5. Tæmið súkkulaðið og setjið möndlubragðað súkkulaðið aftur inn í kæli til að harðna.

57. Hráhnetukonfekt með kotasælu

Nauðsynlegar vörur

- Hnetur - 100 g blanda af hráum (hnetum, möndlum, kasjúhnetum) og rúsínum
- Kotasæla - 100 g sælgæti (eða náttúrulegt)
- Hnetusmjör - 35 g með hnetubitum
- Stevia - eða önnur sætuefni að eigin vali
- Hnetur - (eða aðrar hnetur) til að rúlla

Aðferð við undirbúning

1. Myldu blönduna af hnetum og rúsínum í blandara fyrir þessar hráu sælgæti.
2. Hellið því í skál og bætið við afganginum.
3. Blandið vel saman og blöndunni sem myndast í formi sælgætis.

4. Rúllið upp formaluðum hnetum og látið hrátt hnetusælgæti með kotasælu hvíla í kæliskápnum í nokkrar klukkustundir.

58. Heimabakað sælgæti með þremur hráefnum

Nauðsynlegar vörur

- Rjómaostur - 125 g
- Sesam tahini - 3 msk.
- Þurrkuð kókos - 4 msk.
- hráar möndlur - 100 g

Aðferð við undirbúning

1. Rjómaostur er þeyttur með líkamsblöndunartæki. Bætið sesam tahini og aðeins tveimur skeiðar af þurrkaðri kókos. Með afganginum af þurrkuðu kókoshnetunni rúllum við dýrindis heimagerðu sælgæti.
2. Blandið þremur hráefnunum fyrir hollt sælgæti með spaða.
3. Sælgæti eru mótuð í kúlur.

4. Malið hráar möndlur í blandara.
5. Mótuðum sælgæti er rúllað í afganginn af þurrkuðu kókoshnetunni og hrámöluðu möndlunum.
6. Þú getur örugglega borðað heimabakað sælgæti með þremur innihaldsefnum ef þú fylgist með myndinni þinni.

59. Ljúffengt sykurlaust sælgæti

Nauðsynlegar vörur

- úr hornum - 50 g
- rjómaostur - 160 g
- hunang - 30 g
- kúasmjör - 100 g
- valhnetur - 100 grömm til að rúlla
- kókoshnetuspænir - valfrjálst
- sykurstangir - valfrjálst

Aðferð við undirbúning

1. Setjið rjómaost, engisprettumjöl og hunang í skál, hrærið.

2. Bræðið smjörið í vatnsbaði og bætið því út í hitt hráefnið. Blandið vel saman þar til dúnkennd einsleit blanda fæst.
3. Setjið blönduna í kæliskáp í um klukkustund til að harðna.
4. Takið út og mótið kúlur sem síðan er velt upp úr möluðum valhnetum. Ef þess er óskað er hægt að rúlla þeim í kókoshnetuspúða eða sykurstangir.
5. Um 24-26 sælgæti koma upp úr þessari blöndu. Ef þér líkar ekki hunang í uppskriftinni má skipta því út fyrir döðlur. Malið nokkrar döðlur eftir smekk í blandara og bætið við uppskriftina í stað hunangs.
6. Geymið þessi ljúffengu sykurlausu sælgæti í kæli!
7. Njóttu máltíðarinnar!

60. Hráar döðlur og banana sælgæti

Nauðsynlegar vörur

- Hnetur - 45 g
- haframjöl - 30 g
- Döðlur - 50 g
- Charlatan - 1 msk.
- Bananar - 1 stk.
- frá hornum - 10 g
- kanill
- Þurrkuð kókos - 1 poki

Aðferð við undirbúning

1. Allt er blandað saman.
2. Úr einsleitri blöndu sem myndast fyrir sælgæti og kúlur myndast.

3. Öllu hráu banana- og döðlukonfekti er rúllað í þurrkað kókos.

Prótein sælgæti

61. Kakópróteinkúlur

Nauðsynlegar vörur

- Mysuprótein - 2 msk. að dusta
- Kakó - 2 msk.
- Döðlur - 200 g, rifnar
- Möndlur - 85 g
- Kókosolía - 2 msk.
- Vatn - 1 msk.

Aðferð við undirbúning

1. Setjið allt hráefnið í blandara og blandið í 2-3 mínútur þar til einsleitur massi myndast.
2. Gerðu nammi úr blöndunni.
3. Kakópróteinkúlurnar eru tilbúnar.

62. Kókospróteinkúlur

Nauðsynlegar vörur

- Mysupróteinduft - 2 msk
- Kókosmjólk - 1/2 bolli
- Kókosmjöl - 2 bollar + til að rúlla

Aðferð við undirbúning

1. Setjið eggjahvítuduftið, kókosmjólkina og hveiti í blandara.
2. Blandið í 1 mínútu þar til allt hráefni hefur blandast vel saman.
3. Búðu til sælgæti.
4. Veltið kókospróteinkúlunum upp úr kókosmjöli og þú ert búinn.
5. Kókospróteinkúlur eru ljúffengar!

63. Möndlupróteinkúlur

Nauðsynlegar vörur

- Mysupróteinduft - 2 msk.
- Möndlumjöl - 1 bolli
- Döðlur - 200 g, rifnar
- Kókosolía - 2 msk.
- Vatn - 1 matskeið, eftir þörfum

Aðferð við undirbúning

1. Setjið mysuduftið, möndlumjölið í blandara eða, ef þú átt ekki möndlumjöl, taktu hráar möndlur og malaðu þær, döðlur, kókosolíu.
2. Blandið í 2-3 mínútur. Gerðu nammi úr blöndunni.
3. Möndlupróteinkúlur eru tilbúnar.

64. Kókospróteinkúlur

Nauðsynlegar vörur

- Mysupróteinduft - 2 msk
- Kókosmjólk - 1/2 bolli
- Kókosmjöl - 2 bollar + til að rúlla

Aðferð við undirbúning

1. Setjið eggjahvítuduftið, kókosmjólkina og hveiti í blandara.
2. Blandið í 1 mínútu þar til allt hráefni hefur blandast vel saman.
3. Búðu til sælgæti.
4. Veltið kókospróteinkúlunum upp úr kókosmjöli og þú ert búinn.
5. Kókospróteinkúlur eru ljúffengar!

65. Einfaldir próteindropar

Nauðsynlegar vörur

- Möndluolía - 2 msk. Eðlilega
- Prótein - 30 g að eigin vali (vanilla, súkkulaði)
- Þurrkuð kókos - 2 msk. ósykrað + 1 msk. að rúlla
- kanill
- Eplasafi - 2 msk. ósykrað
- Kakó - 1 msk.
- Möndlur - 1 / 2.k.ch. mulið
- Valhnetur - skreytingar
- Kókosolía

Aðferð við undirbúning

1. Blandið öllu hráefninu án kanils og 1 msk. Rifin kókos og blandið vel saman.
2. Með hjálp smurðar hendur með kókosolíu myndum við kúlur.
3. Þegar við erum búin að móta þá rúllið þeim upp úr blöndu af þurrkinni kókoshnetu og kanil.
4. Skreyttu toppinn á kjúklingnum með heilum valhnetum.
5. Setjið sælgæti í kæliskáp í 30 mínútur.
6. Auðvelt prótein sælgæti eru tilbúin.

66. Auðvelt prótein sælgæti

Nauðsynlegar vörur

- möndluolía - 2 msk. eðlilega
- prótein - 30 g að eigin vali (vanilla, súkkulaði)
- kókoshnetuspænir - 2 msk. ósykrað + 1 msk. til að rúlla
- kanill
- eplasafi - 2 msk. ósykrað
- kakó - 1 msk.
- möndlur - 1 / 2.k.ch. mulið
- valhnetur - tilgangur til skrauts
- kókosolía

Aðferð við undirbúning

1. Blandið öllu hráefninu án kanils og 1 msk. kókosspænir og blandið vel saman.

2. Við myndum kúlur með hjálp smurðar hendur með kókosolíu.
3. Þegar við höfum mótað þá, veltið þeim upp úr blöndu af kókoshnetu og kanil.
4. Skreyttu kjúklingana ofan á með heilum valhnetum.
5. Setjið sælgæti inn í ísskáp í 30 mínútur.
6. Easy Protein sælgæti eru tilbúin.

67. Próteinkonfekt með döðlum

Nauðsynlegar vörur

- úr hornum - 1 msk
- Hnetur - 50 g
- Cornflakes - 2 handfylli
- Döðlur - 5 - 6 stykki.
- Prótein - 1 msk. að dusta
- Vatn - 50 ml
- Þurrkuð kókos - til að rúlla

Aðferð við undirbúning

1. Malið valhnetur og maísflögur og setjið í skál.
2. Bætið við rozhkov hveiti, próteindufti og smátt söxuðum döðlum.
3. Bætið vatninu út í og blandið vel saman. Mótið próteinsælgætið á stærð við valhnetu

og veltið því upp úr þurrkaðri kókos og mögulega kakó.
4. Látið sælgæti stífna aðeins í kæli.
5. Skemmtu þér með þetta prótein sælgæti með döðlum!

68. Prótein sælgæti með haframjöli

Nauðsynlegar vörur

- Haframjöl - 1 tsk.
- Hunang - 1 msk. vökvi
- Döðlur - 6 holóttar
- Sesam - til að rúlla

Aðferð við undirbúning

1. Setjið allt hráefnið í blandarann án sesamfræanna.
2. Blandið þar til það myndast klístrað deig.
3. Eftir að hafa tekið blönduna úr og notað hendurnar skaltu móta próteinkonfektið á stærð við valhnetu.
4. Þegar búið er að rúlla upp sesamfræjunum.

5. Raðið á disk og látið kólna í að minnsta kosti klukkutíma, berið svo próteinsælgætið fram með haframjöli.

69. Heimabakað próteinkonfekt með hnetum

Nauðsynlegar vörur

- döðlur - 2 handlausar grýttar
- sesam tahini - 2 msk.
- kakó - 1 msk.
- hunang - 2 msk.
- hrísgrjón - 2 msk. prótein
- kókosolía - 2 msk.
- möndlur - 1 handfylli malaður
- heslihnetur - 1 handfylli malaður

Til að rúlla

- hnetur - 4 msk. jörð
- sesamfræ - 2 msk.
- hampi fræ - 3 msk.

Aðferð við undirbúning

1. Farið í gegnum blandara döðlur, möndlur og heslihnetur.
2. Bætið við sesamtahini, hunangi, kókosolíu (bráðinni), kakói og hrísgrjónapróteini.
3. Úr blöndunni sem myndast gerir þú sælgæti.
4. Skiptið bitunum í þrennt og veltið heimagerðu próteinkonfektinu með hnetum í þrjár tegundir af hnetum og fræjum: malaðar valhnetur, sesam og hampfræ.

70. Kókos og banana prótein sælgæti

Nauðsynlegar vörur

- Möndlur - 100 g
- Döðlur - 100 g
- Bananar - 1/2 stk.
- Hnetusmjör - 2 msk.
- Vanilla - 1 stk.
- Sól
- hvers - 15 g (valfrjálst)
- Þurrkuð kókos - 2 msk.

Aðferð við undirbúning

1. Möndlur og döðlur (pittaðar) eru malaðar. Það verður klístrað brauð sem grunnur fyrir ostaköku. Hellið á flata disk eða litla pönnu

og þrýstið niður með höndunum til að mynda þunnan botn.
2. Myldu bananann með hnetusmjöri, þurrkaðri kókoshnetu og þurrkinni kókos. Bætið pakka af vanillu og smá sjávarsalti saman við. Dreifið á möndlubakkann. Setjið í frysti í 20-25 mínútur.
3. Við tökum það út til að skera. Stráið þurrkinni kókos yfir og setjið í frysti í langan tíma. Við rennum nammið inn í kæli og njótum þess kælt.
4. 20 smákonfekt fást úr þessum hlutföllum.

HÁNAMMI

71. Hrátt sælgæti fyrir sykursjúka

Nauðsynlegar vörur

- Döðlur - 300 gr
- Þurrkuð kókoshneta
- Rúsínur - 200 g
- Sveskjur - 150 g (pittaðar)
- Kakó - auðvitað
- Romm - 1 tsk

Aðferð við undirbúning

1. Skerið niður plómur og döðlur. Bætið rúsínunum út í og setjið allt í blandara. Maukið þar til klístruð blanda hefur myndast.

2. Færið í skál og hellið romminu yfir.
3. Hyljið skálina með plastfilmu og kælið í um 30 mínútur.
4. Mótið sælgæti úr kælda massanum og veltið þeim upp úr þurrkuðu kakói eða kókoshnetu.
5. Setjið hvert sælgæti í pappírshylki. Geymið á köldum stað.
6. Hrá sælgæti fyrir sykursjúka eru tilbúin.

72. Hrátt nammi með banana og döðlum

Nauðsynlegar vörur

- Bananar - 1 stk.
- Haframjöl - 1 tsk.
- Dagsetningar - 7 - 8
- Kókosolía - 1 msk.
- frá hornum - 2 tsk
- Kanill - 1 tsk.
- Þurrkuð kókoshneta

Aðferð við undirbúning

1. Blandið saman og maukið allar vörurnar í blandara.
2. Mótið kúlur og veltið þeim upp úr þurrkaðri kókoshnetu.

3. Látið sælgæti standa í kæli í nokkrar klukkustundir til að stífna.
4. Hrár banani og döðlukonfekt er tilbúið.

73. Hrátt nammi með bönönum og döðlum

Nauðsynlegar vörur

- bananar - 1 stk.
- haframjöl - 1 tsk.
- dagsetningar - 7-8
- kókosolía - 1 matskeið
- karob hveiti - 2 tsk.
- kanill - 1 tsk
- kókosspænir

Undirbúningsaðferð

1. Blandið öllum vörum í blandara og blandið saman.
2. Mótið kúlur og rúllið þeim í kókoshnetuspúða.

3. Látið karamellurnar standa í ísskápnum í nokkrar klukkustundir til að stífna.
4. Hrá banana- og döðlukonfektið er tilbúið.

74. Hrá ávaxtakonfekt

Nauðsynlegar vörur

- Möndlur - 50 g
- hafragrautur - 50 g
- frosin brómber - 80 g (þú getur notað jarðarber, hindber eða aðra ávexti að eigin vali)
- Lingonberries - 20 g þurrkuð
- Kókosolía - 20 g
- Stevia - eða önnur sætuefni eftir smekk

Aðferð við undirbúning

1. Maukið fyrst hneturnar í blandara og setjið í skál.
2. Blandið svo brómbernum og bláberjunum saman við og bætið við.
3. Bætið smjöri og sætuefni út í og blandið vel saman.
4. Látið blönduna taka um 30-40 mínútur að setja á eitthvað.
5. Taktu það svo út og mótaðu úr því gagnlegt hrátt nammi.
6. Látið þær harðna í kæliskápnum í nokkrar klukkustundir í viðbót.
7. Þegar hráávaxtakonfektið er tilbúið er hægt að skreyta og bera fram með vörum að eigin vali.

75. Hráar sætar kúlur með kókosolíu og hnetum

Nauðsynlegar vörur

- kachamak - ¼ h.ch. Fínt semolina
- Kókosolía - 1 msk.
- dökkt súkkulaði - 1 röð
- Kanill - 1 klípa
- Horn - 3 tsk.
- púðursykur - 6 msk. sama
- Smákökur - 2 stykki til að þykkna
- Vanilla - 2 dropar af vökva
- Kakóbaunir - 3 klípur (muldar)
- Vatn - 2/3 tsk.
- Hnetur - ½ hh Valhnetur og heslihnetur til að rúlla

Aðferð við undirbúning

1. Sjóðið grautinn og sætið hann með púðursykrivatni.
2. Hrærið kröftuglega - án truflana, með deighrærivél þar til það dregur í sig vatnið.
3. Takið pönnuna af hellunni og bætið við kókosolíu og fínt rifnu dökku súkkulaði til að bræða í volgu deiginu.
4. Kryddið blönduna með fljótandi vanillu og litið í bita með carob, kanil og kakóbaunum.
5. Þykkið með fínsöxuðum kexum og notið deigið sem myndast til að mynda litlar kúlur sem rúlla í fínt saxaðar hnetur að eigin vali (í þessu tilfelli - valhnetur og heslihnetur).
6. Auðvelt og fljótlegt að búa til vegan sælgæti.
7. Gagnlegar og ljúffengar hrásætar kúlur með kókosolíu og hnetum.

76. Hráhnetukonfekt með kotasælu

Nauðsynlegar vörur

- Hnetur - 100 g blanda af hráum (hnetum, möndlum, kasjúhnetum) og rúsínum
- Kotasæla - 100 g sælgæti (eða náttúrulegt)
- Hnetusmjör - 35 g með hnetubitum
- Stevia - eða önnur sætuefni að eigin vali
- Hnetur - (eða aðrar hnetur) til að rúlla

Aðferð við undirbúning

1. Myldu blönduna af hnetum og rúsínum í blandara fyrir þessar hráu sælgæti.
2. Hellið því í skál og bætið við afganginum.
3. Blandið vel saman og blöndunni sem myndast í formi sælgætis.
4. Rúllið upp formaluðum hnetum og látið hrátt hnetusælgæti með kotasælu hvíla í kæliskápnum í nokkrar klukkustundir.

77. Hátíðlegar hráar vegan trufflur

Nauðsynlegar vörur

- Grautur - 200 g þykkur
- þurrkaðar döðlur - grófhreinsaðar 200 g
- Kókosolía - 2 msk.
- Haframjöl - 2 msk. fínt
- Kakó - 2 msk.

Til skrauts

- Heslihnetur - heilar
- kakó
- Sykurtölur - námur

Aðferð við undirbúning

1. Setjið allar vörur í blandara og þeytið þar til einsleit blanda er fengin. Að mínu skapi bæti ég stundum sesamtahini eða agavesírópi við,

þú getur alltaf aukið eða minnkað magn innihaldsefnis eftir eigin óskum.
2. Þegar blandan er tilbúin er best að setja hana í ísskáp í um hálftíma til að herða nammiblönduna aðeins – það auðveldar að móta nammið með höndunum.
3. Í millitíðinni undirbúið skreytinguna.
4. Þegar massinn er orðinn stífur skaltu móta hrá sælgæti. Setjið heila heslihnetu í hvert nammi og veltið því upp úr kakói. Þú getur sett litla sykurfígúru ofan á, í þessu tilfelli voru þær gerðar mjög sætar með litríkum sykurfiðrildum - þessi dásamlega ánægja fyrir skilningarvitin er tilbúin!
1. Hátíðlegar hráar vegan trufflur eru mjög auðvelt að útbúa og eru frábærar gjafir eða meðlæti við sérstök tækifæri.

78. Hráar döðlur og banana sælgæti

Nauðsynlegar vörur

- Hnetur - 45 g
- haframjöl - 30 g
- Döðlur - 50 g
- Charlan - 1 msk.
- Bananar - 1 stk.
- frá hornum - 10 g
- kanill
- Þurrkuð kókos - 1 poki

Aðferð við undirbúning

1. Allt er blandað saman.
2. Úr einsleitri blöndu sem myndast fyrir sælgæti og kúlur myndast.
3. Öllu hráu banana- og döðlukonfekti er rúllað í þurrkað kókos.

79. Hráorku nammi með tahini

Nauðsynlegar vörur

- Möndlur - malaðar 200 g
- Heslihnetu tahini - 1 - 2 msk.
- Kakóbaunir - 1 msk. rifið + til að rúlla
- Döðlur - 7 stk.
- Hunang - 1 msk.
- Þurrkuð kókos - til að rúlla
- passa - rúlla
- Kakó - til að rúlla
- Kjarni - romm eftir smekk

Aðferð við undirbúning

1. Myljið fyrst möndlurnar í blandara. Við tökum skál þar sem við hellum möndlum, smátt saxaðar döðlur, muldar kakóbaunir, heslihnetutahini, matskeið af hunangi og rommkjarna.

2. Notaðu blönduna til að mynda sælgæti af viðkomandi stærð. Hnoðið blönduna í höndunum, bætið við meira tahini þegar það er þurrt.
3. Við útbúum þrjár gúrkur, í hverja þeirra setjum við hráefnin til að rúlla - þurrkuð kókos í eina, kakó í annarri og þurrkuð kókos blandað með 10 g af eldspýtustangi í þeirri þriðju.
4. Matcha er tegund af grænu tei. Þetta er tegund af tedufti, blöðin sem eru maluð í duft. Matcha er mjög vinsæll drykkur sem flokkast sem ofurfæða - með sérstaka eiginleika.
5. Grænt duft styrkir ónæmiskerfið, gefur orku, kemur jafnvægi á kólesterólmagn í blóði, flýtir fyrir efnaskiptum, hægir á öldrun.
6. Ef þú hefur áhuga á kanil geturðu skipt eldspýtustokknum út fyrir kanil fyrir þessar gagnlegu sælgæti.
7. Við mótum kúlur úr massanum og veltum sælgæti með hráefninu upp úr skálunum.
8. Raðið á disk og berið fram. Þessar hráu tahini orkukonfekt hafa langan geymsluþol.
9. Njóttu!

80. Hrátt nammi með döðlum og sesam tahini

Nauðsynlegar vörur

- Döðlur - 200 g beinlaus
- Hnetur - 70 g ristaðar, skrældar
- Graskerfræ - 40 g afhýdd, hrá eða ristuð
- Sesam tahini - 2 msk.
- Þurrkuð kókos - til að rúlla
- Kakó - náttúrulegt, malað (til að rúlla)

Aðferð við undirbúning

1. Þegar döðlurnar þínar eru þurrari skaltu leggja þær í bleyti í vatni í 2 klukkustundir, tæma þær síðan og þurrka þær. Ef þau eru mjúk skaltu sleppa þessari aðferð.
2. Setjið hneturnar og döðlurnar í skál blandara eða matvinnsluvélar og kveikið á háum

malahraða í nokkrar sekúndur. Það ætti ekki að gera þær að algjöru deigi, heldur í mjög litla bita, svipað og mola.

3. Færið yfir í skál og bætið sesam tahini út í. Blandið vel saman þar til það myndast einsleit klístur blanda.
4. Mótaðu döðludeigið í kúlur og rúllaðu öðrum helmingnum í þurrkaðri kókoshnetu, hinn helminginn í kakódufti.
5. Raðið á disk og berið fram strax eða geymið sælgæti í vel lokuðu íláti í kæli.
6. Frábært, bragðgott og hollt sælgæti sem hentar börnum og fullorðnum. Borðaðu hvenær sem er eða í félagi með bolla af ilmandi tei eða kaffi.
7. Góða skemmtun!

81. Heimabakað döðlusælgæti og hráar hnetur

Nauðsynlegar vörur

- Döðlur - 200 g
- Hafragrautur - 50 g þykkur
- Möndlur - 100 g hrár
- Kakó - 1 tsk
- Kjarni - 2 - 3 dropar af rommi
- Kjarni - 2 - 3 dropar af appelsínu
- Kanill - 1 klípa
- Súkkulaði - 100 g
- Þurrkuð kókos - 200 g

Aðferð við undirbúning

1. Setjið úrbeinar döðlur, kakó, súkkulaði, hnetur, kanil og báða kjarna í blandara og malið þar til það er orðið klístrað.

2. Kælið í 30-40 mínútur. Mótaðu blönduna í kúlur og rúllaðu þeim upp úr þurrkaðri kókoshnetu.
3. Við skiljum fullunna sælgæti á köldum stað; þær þurfa ekki að vera í kæli.

82. Hrátt súkkulaði með kókossmjöri

Nauðsynlegar vörur

- Kókosolía - 1 tsk. lítill (óhreinsaður)
- Kakó - 30 g hrátt náttúrulegt duft
- úr hornum - 20 g
- Hunang - 1 msk. bí
- Vanilla - 1 duft
- hnetur
- Þurrkaðir ávextir - valfrjálst

Aðferð við undirbúning

1. Setjið kókosolíuna í lítinn pott á helluna. Við kveikjum á mjög lágum hita. Kókosolía verður fljótandi þegar hún er hituð í 26 gráður.

2. Bætið við vanillu, kakódufti, engisprettumjöli. Blandið öllu hráefninu saman.
3. Takið af hitanum og bætið hunangi við til að leysa upp.
4. Útbúið sílikonmót fyrir súkkulaði eða nammi og dreifið súkkulaðimassanum.
5. Þú getur bætt við muldum, möluðum eða heilum hnetum eins og þú vilt. Þurrkaðir ávextir - í bitum eða, ef þeir eru smáir, heilir.
6. Ég notaði persónulega heilar möndlur, heslihnetur og goji ber. Ég valdi að gera það í súkkulaðikonfektformi mér til hægðarauka.
7. Settu mótið í frysti í að minnsta kosti 5 klukkustundir til að harðna.
8. Taktu það út, fjarlægðu formið og njóttu!
9. Vertu viss um að geyma í frysti.

83. Hrátt nammi með þurrkuðum perum og kanil

Nauðsynlegar vörur

- þurrkaðar perur - 1 tsk.
- Haframjöl - 1 tsk.
- Appelsínur - safi og börkur af 1/2 appelsínu
- Kanill - 2 tsk.
- Kókosolía - 2 tsk.
- Þurrkuð kókoshneta
- appelsínu hýði

Aðferð við undirbúning

1. Blandið öllum vörum í blandara.
2. Með höndunum mótarðu kúlur sem þú rúllar í þurrkaðri kókoshnetu og appelsínuberki.
3. Setjið sælgæti í kæli í nokkrar klukkustundir til að stífna og njótið svo.

84. Hrátt gulrótarkonfekt

Nauðsynlegar vörur

- Gulrætur - 2 stk.
- Hunang - 2 msk.
- Valhnetur - 30 g hráar
- Möndlur - 30 g hrár
- Hafragrautur - 30 g hrár
- Þurrkuð kókos - til að rúlla

Aðferð við undirbúning

1. Rífið gulræturnar.
2. Mala hneturnar í blandara og bæta við hunangi. Mala í aðrar 2 mínútur.
3. Bætið rifnum gulrótum út í og hrærið í höndunum.
4. Við tökum smá af blöndunni og búum til kúlur.
5. Veltið þeim upp úr þurrkaðri kókoshnetu.
6. Við notum þau strax.

85. Hrátt vegan sælgæti með hörfræjum

Nauðsynlegar vörur

- Hnetur - 1 tsk.
- Chia - 1/4 tsk.
- Hörfræ - 1/4 tsk.
- Grasker fræ - 1/3 tsk.
- úr hornum - 1 1/2 tsk
- Kakó - 1 1/2 tsk
- Þurrkuð kókos - 1/4 tsk.
- Rúsínur - 2 msk.
- Döðlur - 15 stk.
- Kókosolía - 2 msk.
- Rifið kakó og kókos til að rúlla

Aðferð við undirbúning

1. Við hreinsum döðlurnar úr steinunum. Öllum vörum er blandað saman við hreinsað form í matvinnsluvél eða hakkavél og malað þar til einsleit blanda er fengin.
2. Við mótum sælgæti í formi kúla sem er rúllað í þurrkað kókos, kakó eða karob hveiti.
3. Látið sælgæti standa í kæli í klukkutíma áður en það er borið fram.

86. Hráar súkkulaðikúlur með hnetum og döðlum

Nauðsynlegar vörur

- Döðlur - 20 stk.
- Hnetur - 1 handfylli
- Hnetur - 1/2 handfylli af ristuðum
- Dökkt súkkulaði - 15-20 g (70%)
- Kakó - 1 msk.
- Kókosolía - 1 msk.

Aðferð við undirbúning

1. Saxið allt í hakkavél, mótið kúlur og geymið í ísskáp!

87. Hrátt kakókonfekt

Nauðsynlegar vörur

- Rúsínur
- súkkulaði áfengi
- Smákökur - með kakói
- Kaffihús - 3í1
- hnetur
- Bananar
- Þurrkuð kókoshneta
- kakó

Aðferð við undirbúning

1. Rúsínurnar liggja í líkjörnum í 5-6 klst. Saxið niður með blandara.

2. Bætið við muldum valhnetum, maukuðum banana, smá kaffi, blandið öllu saman og malið kexið þar til þykkari massi fæst (það má mala allt í blandara með sama árangri).
3. Blandið þurrkuðu kókoshnetunni saman við kakó í grunnri skál og rúllið síðan handlaga kúlum af tilbúinni blöndunni í hana.

88. Hrátt súkkulaði

Nauðsynlegar vörur

- appelsínubörkur - rifinn börkur af 1/2 appelsínu
- kókosolía - 1 msk.
- kókossykur - 1 msk.
- kókoshnetuspænir - 2 msk.
- kakósmjör - 2 msk. (kaldpressað)
- kakóbaunir - 4 msk. fínmalað hrátt

Aðferð við undirbúning

1. Bræðið kakóið og kókosolíuna í vatnsbaði og bíðið eftir að þau verði aðeins fljótandi.
2. Svo bæti ég appelsínuberkinum, kakóbaunum og kókossykri saman við.

3. Hrærið þar til ég fæ einsleita blöndu og takið úr vatnsbaðinu.
4. Hellið í mót og látið standa í kæli í 2 klst.
5. Ég strái þeim kókosspæni ofan á.

89. Hrátt vegan sælgæti

Nauðsynlegar vörur

- Þurrkaðir ávextir - valfrjálst (td rúsínur, kirsuber osfrv.)
- Valhnetur - malaðar
- Smákökur - venjuleg
- Carob hveiti - eða kakó
- Hafra sag
- Þurrkuð kókoshneta
- Romm - eða annað áfengi að eigin vali

Aðferð við undirbúning

1. Þurrkuðu ávextirnir eru lagðir í bleyti í áfengi í um 6 klukkustundir og síðan hellt í blandara.

2. Mulið kex, hnetur, hafraflögur, engisprettur – allt grípur það augað og klikkar.
3. Úr tilbúinni blöndu eru búnar til kúlur sem rúllað er í þurrkað kókos. Þú getur sett hnetu í það ef þú vilt.

90. Hrátt vegan sælgæti með goji berjum

Nauðsynlegar vörur

- goji berjum - 50 g
- trönuber - 30 g þurrkuð
- döðlur - 50 g úrbeinar
- graskersfræ - 50 g hrá
- möndlur - 50 g af hráum skrældar
- hunang - 40 g
- vatn - 1 - 2 matskeiðar, ef þarf
- kakó - hrátt sesam og/eða kókoshnetuspúður til að rúlla

Aðferð við undirbúning

1. Öllum vörum er blandað í matvinnsluvél. Sigtið þar til klístur massa myndast. Ef blandan er of þurr skaltu bæta við 1-2 matskeiðum af vatni.

2. Úr deiginu myndast kúlur. Ovalized í sesam, kakó eða kókos. Geymið í kassa í kæli.

91. Hrátt súkkulaði með kókos og sesamfræjum

Nauðsynlegar vörur

- Sesamfræ - 80 g hrá
- Kókos - 40 g þurrkuð kókos
- Kakó - 25 g af hráefni
- Agave síróp - 80 g
- Kókosolía - 50 g (við stofuhita)
- kanill

Aðferð við undirbúning

1. Öllum vörum er blandað saman og hrært með gaffli þar til einsleitur massi fæst.
2. Deigið er mótað í lítinn ferhyrning sem er ca. 12 × 14 cm á bökunarpappír.

3. Til ferskrar geymslu í kassa eða þakið filmu og látið hvíla í nokkrar klukkustundir í kæli þar til það er stíft. Skerið í ferninga þegar það er stíft.

nammi ÁN SYKS

92. Vegan sælgæti með döðlum og graut

Nauðsynlegar vörur

- Döðlur - 150 g, má liggja í bleyti í heitu vatni
- Hafragrautur - 50 g, hrár
- Möndlur - 50 g, hrár
- Carob hveiti - 4 msk.
- Kókosolía - 4 msk.
- Stevia - eftir smekk, kannski án
- Þurrkuð kókos - 2 msk.
- Þurrkuð kókos - 4 msk. að rúlla

Aðferð við undirbúning

1. Í matvinnsluvél, malaðu fyrst hneturnar og bætið svo við hinu hráefninu - döðlum, smjöri, sagi, karob hveiti.
2. Stevia má bæta við ef vill.
3. Massinn er þykkur og klístur, kúlur myndast, vegan-konfektinu er rúllað í þurrkað kókos.
4. Farið aftur í kæli til að stífna.
5. Vegan sælgæti með döðlum og kasjúhnetum er virkilega ljúffengt.

93. Heimabakað hollt sælgæti með kastaníuhnetum

Nauðsynlegar vörur

- Kastanía - um 350 g
- Döðlur - 200 g
- Rúsínur - 150 g svartar
- Kókosolía
- Kornflögur - ca. 150 g
- Kakó - til að rúlla
- Hampi fræ - skrældar, til að rúlla

Aðferð við undirbúning

1. Soðnar kastaníuhnetur (hreinsaðar að innan án flögna) ca. 300-350 g, liggja í bleyti í

vatni í 1 dag með u.þ.b. 200 g döðlur (pittaðar) og 150 g svartar rúsínur (og hvítar).
2. Þú þarft líka hörfræolíu eða kókosolíu, maísflögur (án sykurs), u.þ.b. 150 g.
3. Ég mala flögurnar í blandara. Svo sneri ég döðlunum og rúsínunum saman við vatnið í blandara.
4. Ég bætti líka við uppáhalds fitunni minni (ekki mikið). Ég hnoða eitthvað eins og deig, ef það er erfitt bæti ég aðeins meira vatni við.
5. Ég skil það eftir í ísskápnum. Eftir 4 tíma móta ég heimagerðu nammið.
6. Svo rúlla ég helmingnum af vegan-konfektinu í kakó og helminginn af hinum í afhýdd hampfræ og þá færðu ljúffengt heimabakað hollt nammi með kastaníuhnetum.

94. Súkkulaðimöndluveisla

Nauðsynlegar vörur

- Möndlur - 200 g hrár
- Kakó - 3 msk.
- Súkkulaði - 100 g náttúrulegt

Aðferð við undirbúning

1. Leggið möndlurnar í bleyti í volgu vatni svo þær bólgni.
2. Afhýðið og raspið graskerið og kreistið safann úr því.
3. Látið þorna í 30 mínútur við 100°C.
4. Bræðið súkkulaðið í tvöföldum katli.
5. Dýfið möndlunum í það og veltið þeim að lokum upp úr kakói.

6. Skildu eftir heimabakað sælgæti í bakkanum og þjónaðu gestum þínum.
7. Súkkulaðiveislumöndlur eru ljúffengar.

95. Hrátt sælgæti fyrir sykursjúka

Nauðsynlegar vörur

- Döðlur - 300 gr
- Þurrkuð kókoshneta
- Rúsínur - 200 g
- Sveskjur - 150 g (pittaðar)
- Kakó - auðvitað
- Romm - 1 tsk

Aðferð við undirbúning

1. Skerið niður plómur og döðlur. Bætið rúsínunum út í og setjið allt í blandara. Maukið þar til klístrað blanda hefur myndast.
2. Færið í skál og hellið romminu yfir.
3. Hyljið skálina með plastfilmu og kælið í um 30 mínútur.

4. Mótið sælgæti úr kælda massanum og veltið þeim upp úr þurrkuðu kakói eða kókoshnetu.
5. Setjið hvert sælgæti í pappírshylki. Geymið á köldum stað.
6. Hrá sælgæti fyrir sykursjúka eru tilbúin.

96. Súkkulaði kókosbollur

Nauðsynlegar vörur

- Kókosmjöl - 200 g
- Þétt mjólk - 150 g
- dökkt súkkulaði - 200 g
- Salt - eftir þörfum

Aðferð við undirbúning

1. Setjið kókosmjölið í dýpri skál, bætið niðursoðnu mjólkinni og smá salti saman við og blandið vel saman.
2. Látið blönduna standa í kæliskáp í 1 klst. Mótaðu blönduna í kúlur.

3. Bræðið súkkulaðið í gufunni. Gataðu kúlurnar með tannstöngli og dýfðu síðan hverri þeirra í súkkulaði.
4. Raðið kókossælgætinu í pappírskörfur og stráið smá kókosmjöli yfir.
5. Látið súkkulaðið og kókosbollurnar kólna áður en þær eru bornar fram.

97. Súkkulaðikonfekt með hnetum

Nauðsynlegar vörur

- jarðhnetur - 200 g malaðar
- sesamfræ - 150 g malað
- kókos - 40 g
- hunang - msk.
- dökkt súkkulaði - 150 g
- mjólkursúkkulaði - 50 g

Aðferð við undirbúning

1. Blandið saman möluðu hnetunum, möluðu sesaminu og kókosmjölinu og hnoðið með höndunum.
2. Hellið hunangi og haltu áfram að hnoða með höndunum.

3. Skiptið blöndunni í nokkrar kúlur og teygið úr þeim og mótið í jafna ketti.
4. Bræðið súkkulaðið og hellið yfir stangirnar. Látið standa í 15 mínútur.
5. Bræðið mjólkursúkkulaðið og skreytið á dökka súkkulaðið með því að hella því í lítinn plastpoka, skera annan endann létt og þá fæst einskonar poki.
6. Þegar það er stíft skaltu skera niður dýrindis súkkulaðið.
7. Þetta hnetusúkkulaði er fullkomið fyrir hvaða tilefni sem er.

98. Súkkulaðitruffla með rommbragði

Nauðsynlegar vörur

- Dökkt súkkulaði - 400 g mulið
- Sælgætiskrem - 200 ml til þeyta
- Kakó - um 40 g
- Romm - 1 msk. eða rommkjarna
- Skyndikaffi - 1/2 tsk.

Aðferð við undirbúning

1. Hellið rjómanum á helluna þar til loftbólur myndast á veggjum diskanna (ekki leyfa að sjóða að fullu).
2. Setjið mulið súkkulaði, kaffi og romm í djúpa skál. Hellið heita rjómanum ofan á og látið standa í nokkrar mínútur, hrærið síðan þar til þú færð einsleita, glansandi blöndu.

3. Látið harðna í kæli (að minnsta kosti 2 klst), mótið síðan sælgæti á stærð við valhnetur með höndunum og veltið þeim upp úr kakói.
4. Geymið í kæli.
5. Súkkulaðitrufflur með rommbragði eru mjög vel heppnaðar.

99. Appelsínunammi með kókoshnetu

Nauðsynlegar vörur

- Appelsínusafi - 400 ml
- Maís sterkja - 50 g
- Kókos - 100 g

Aðferð við undirbúning

1. Kreistið 5 appelsínur og bætið sykri og sterkju út í safann.
2. Hrærið vel saman við vægan hita þar til blandan fær á sig þykkt búðingsins.
3. Smyrjið mót með olíu, hellið blöndunni í þau. Bíddu í 2-3 klukkustundir til að kólna.
4. Veltið fullunna nammið upp úr kókosmjöli.
5. Appelsínu- og kókoskonfektin eru tilbúin.

100. Súkkulaði kleinur með probiotic perlum

Nauðsynlegar vörur

- Heslihnetur - 80 g
- Döðlur - 80 g
- Kakó - 15 g
- Kókosolía - 15 g
- Súkkulaði - 20 g + meira til að skreyta
- probiotic perlur - 10 g

Aðferð við undirbúning

1. Maukið heslihneturnar og síðan döðlurnar.
2. Bræðið súkkulaðið í tvöföldum katli.
3. Blandið öllum vörum án perlu í plastskál og blandið vel saman.

4. Mótaðu blönduna sem myndast í kleinuhringi með því að gera gat í miðjuna með strái.
5. Skreytið með afganginum af súkkulaðinu og perlunum og látið súkkulaðiklefana með probiotic perlum setja í frysti eða ísskáp.

NIÐURSTAÐA

Nammi og heimabakað góðgæti eru frábærar hugmyndir að ódýrum gjöfum. Krakkar njóta þess að aðstoða við þessar uppskriftir, svo þið getið eytt gæðastundum saman.

www.ingramcontent.com/pod-product-compliance
Lightning Source LLC
Chambersburg PA
CBHW050413120526
44590CB00015B/1954